Hồi Thi Tứ Tuyệt

NK phóng tác
Rubáiyát của Omar Khayyám
Hàng Thị xuất bản
2018

Hồi Thi Tứ Tuyệt

NK phóng tác
Rubáiyát của Omar Khayyám

Copyright © 2018 N.K. Tran
All Rights Reserved

Library of Congress Control Number: 2018962313
Title: Hồi Thi Tứ Tuyệt
Subtitle: NK phóng tác Rubáiyát của Omar Khayyám
Author: Tran, N.K.
First edition in print 2018

ISBN-13: 978-1-949875-03-4
ISBN-10: 1-949875-03-2

Printed and bound in the United States of America

Published by
Hàng Thị
Henrico, Virginia, USA
www.hangthi.com

Cover design by André Tran
All illustrations in Public Domain

Vào Đây Sẽ Gặp

Lời Nói Đầu 1
Sơ Lược Về Rubáiyát 3
Sơ Lược Về Omar Khayyám 5
Các Bản Dịch Ngoại Ngữ 7
Các Bản Dịch Việt Ngữ 10
Việc Phóng Tác Rubáiyát 13
Hội Thi Tứ Tuyệt 17
    Peter Avery & John Heath-Stubbs 19
    Edward FitzGerald 56
    Shahriar Shahriari 62
    Eben Francis Thompson 73
Thay Lời Kết 79
Chú Thích 81

Thư Mục

Peter Avery & John Heath-Stubbs - 1979: The Rubáiyát of Omar Khayyám. Allen Lane, London, England.

Edward FitzGerald - 1868: The Rubáiyát of Omar Khayyám. Reprinted 2008 by Barnes & Noble, New York, NY, USA.

Justin Huntly McCarthy - 1889: The Rubáiyát of Omar Khayyám. Chiswick Press, London, England.

George Roe - 1906: Rubáiyát of Omar Khayyám. Dodge Publishing Company, New York, NY, USA.

H.G. Keene - 1887 & 1885: "Omar Khayyam" - Macmillan's Magazine (November 1887, vol. 57), and "Loose Stanzas" - The Calcutta Review (January 1895, Vol. C.)

Shahriar Shahriari - 1998: Rubáiyát of Omar Khayyám. www.iranchamber.com/literature/khayyam/rubaiyat_khayyam1.php

Eben Francis Thompson - 1906: The Quatrains of Omar Khayyam of Nishapur. The Commonwealth Press, Worcester, Massachusetts, USA.

Nguyễn Ngọc Bích - 2002: Omar Khayyam Rubaiyat - Thơ & Đời. Tổ Hợp Xuất Bản Miền Đông Hoa Kỳ, Arlington, VA, USA.

Nguyễn Viết Thắng - 2004: Omar Khayyam - Thơ Rubayyat. Nhà Xuất Bản Văn Học, Hà Nội, Việt Nam.

Lời Nói Đầu

Tập sách này ghi lại những bài thơ nhỏ mà người soạn đã viết trong nhiều năm qua - những bài thơ được gợi hứng từ bản dịch Anh Ngữ các thi phẩm gọi chung là Rubáiyát, viết bằng tiếng Farsi, được cho là do Omar Khayyám, một người Ba Tư sống cách đây khoảng gần 1000 năm, sáng tác.

Phần dẫn nhập có mục đích giới thiệu khái quát về Rubáiyát, về Omar Khayyám, đồng thời lược qua những công trình dịch thuật ra Anh Ngữ và Việt Ngữ. Sau đó trình bày phương pháp người soạn đã dùng để tuyển chọn và phóng tác các bản dịch Anh Ngữ, cùng những khó khăn mà mọi người, khi tìm hiểu về một tác phẩm cổ xưa, đều gặp phải.

Phần chính mở đầu với trên 60 bài phóng tác từ quyển *The Rubáiyát of Omar Khayyám*, do Peter Avery và John Heath-Stubbs biên soạn, xuất bản năm 1979. Tiếp theo là 10 bài lược dịch từ quyển *The Rubáiyát of Omar Khayyám*, do Edward FitzGerald soạn thảo, xuất bản lần đầu năm 1859 và lần cuối năm 1868 với rất nhiều sửa đổi, bổ sung. Sau đó đến 10 bài lược dịch thơ Anh Ngữ của Shahriar Shahriari, ghi trong mục *Rubaiyat of Omar Khayyam*, đặc biệt có kèm theo bản tiếng Farsi, đều trích từ trang mạng của Iran Chamber Society. Cuối cùng là 10 bài lược dịch thơ Anh Ngữ của Eben Francis Thompson trong *The Quatrains of Omar Khayyam of Nishapur*, xuất bản năm 1906.

    Trước khi vào tập, người soạn xin được ngỏ lời cảm ơn Mỹ An, người bạn đời, đã hết lòng giúp ý và tạo điều kiện thuận lợi cho việc xuất bản tập sách này được hoàn thành trong thời gian rất ngắn.

Henrico, mùa thu 2018
NK

Sơ Lược Về Rubáiyát

Rubái là một thể thơ Ba Tư theo đó mỗi bài có hai dòng, mỗi dòng có hai đoạn, có thể ngắt ra thành một bài thơ ngắn bốn câu. Trong tiếng Ả Rập, chữ rubái cũng có nghĩa là "cặp bốn" (bộ tứ). Một bài thơ như vậy gọi là một Rubái - như Tứ Tuyệt - và nhiều bài thì gọi là rubáiyát.

Nếu chỉ nói về thể thơ, về hình thức, thì Rubáiyát khá giống với Quatrain trong thơ Anh Ngữ, và phần nào hơi giống Thất Ngôn Tứ Tuyệt trong thơ Đường Luật. Giống như thơ Tứ Tuyệt, Rubái có 4 câu mà ba câu 1, 2, 4 lại vần với nhau. Tuy nhiên, mỗi câu có 10 đến 13 âm tiết và thường ngắt ra làm 5 đoạn nhỏ, mỗi đoạn thường có 2 âm tiết, trong khi với Tứ Tuyệt thì mỗi câu chỉ có 7 âm tiết, lại ngắt ra làm 2 hoặc 3 đoạn nhỏ. Câu thơ

Anh Ngữ nếu ngắt thành từng đoạn 2 âm thì gọi là iambus, và nếu có 5 đoạn 2 âm, gần y như Rubái, thì gọi là iambic pentameter. Một thí dụ gần gũi với Rubáiyát là đoạn thơ Quatrain sau của Robert Frost (mỗi câu có 4 đoạn):

Whose woods / these are / I think / I know
His house / is in / the vill / age though
He will / not see / me stop / ping here
To watch / his woods / fill up / with snow

Trong khi đó, cách ngắt câu trong thơ Tứ Tuyệt thì khác hẳn, như trong bài Hai Kẻ Bạn Đường sau đây của Vũ Hoàng Chương:

Ngửa mặt / đi hoang / bước / thật dài
Cúi đo / từng bước / tính / không sai
Người Thơ / mất Đất, / người / Khoa Học
Trên nẻo / huyền vi / cũng / mất Trời [1]

Tuy nhiên, như đã trình bày, ở đây chúng ta sẽ chỉ tìm hiểu về *nội dung* những bài thơ Rubáiyát được cho là của Omar Khayyám, một người Ba Tư sống cách đây khoảng gần 10 thế kỷ. Ba Tư, nay là Iran, cũng như các nước Ả Rập khác, nằm trong vùng ảnh hưởng sâu đậm của Hồi Giáo. Vì thế, người soạn tạm gọi những bài Rubáiyát xuất xứ từ Ba Tư này, ghi lại bằng tiếng Farsi (tương tự như Arabic) của Omar Khayyám, là *Hồi Thi Tứ Tuyệt*.

Sơ Lược Về Omar Khayyám

Mặc dù trong nhiều thập niên qua vô số học giả khắp nơi đã dày công thu thập, gạn lọc, phân tích, và thẩm định giá trị của mọi tài liệu tìm được, tiểu sử của Omar Khayyám hiện vẫn còn khá mơ hồ. Phải nhận là tập hợp các tài liệu hiện có vẫn còn rời rạc, chắp vá, đôi khi còn đối nghịch nhau. Ở đây, người soạn chỉ ghi lại những nét đại cương được tìm thấy trong hầu hết các biên khảo về ông.

Sinh vào khoảng năm 1048 và mất năm 1131, Omar Khayyám được những người đương thời hoặc không lâu sau đó công nhận là một triết gia, một nhà toán học, và một nhà thiên văn học, nhưng hầu như ít khi được xem là một nhà thơ. Ông ra đời và lớn lên ở Nishapur, ngày nay thuộc miền Đông Bắc Iran, là một thành phố trong đế quốc Ba Tư thời bấy giờ, lúc đó đang chịu nhiều ảnh hưởng lấn lướt của đế quốc Thổ Nhĩ Kỳ.

Công trình toán học nổi tiếng nhất của ông là phân loại và phép giải phương trình bậc ba. Về thiên văn, ông soạn thảo ra dương lịch Jalali, một quyển lịch rất chính xác với chu kỳ 33 năm một lần nhuận. Tuy nhiên, tác phẩm đầu tiên đề cập đến thơ của Omar Khayyám chỉ xuất hiện vào năm 1176, 45 năm sau khi ông mất, trong đó ông được mô tả là một nhà toán học và thiên văn học xuất sắc, và chỉ chép duy nhất một bài thơ của ông. Một tác phẩm khác, xuất hiện năm 1249, lại phê phán ông đã viết ra những vần thơ "lẩn trốn", để lộ một trí tuệ "tà đạo", và cho rằng vì thế mà ông đã phải lánh sang Mecca, sống im hơi lặng tiếng. Các sử gia thế kỷ XIII, khi ghi lại cuộc chinh phục tàn sát thế giới Hồi Giáo của Thành Cát Tư Hãn, lại nhắc đến việc những người sống sót tụng một bài Tứ Tuyệt của Omar Khayyám. Đây là chứng cớ đầu tiên gắn liền tên tuổi Khayyám với các bài thơ Tứ Tuyệt.

Ngày nay, tùy theo tài liệu, với những khám phá và phản bác mới, người ta cho là Omar Khayyám là tác giả của từ 200 đến 600 bài Tứ Tuyệt. Rất có thể phần lớn những bài thơ này đã được sáng tác trước thời Omar Khayyám, còn được sao đi chép lại, sửa đổi nhiều lần. Việc truy tìm tác giả đích thực thật ra không quan trọng, vì điều quan trọng là ngày nay chúng ta vẫn còn có được di sản này để thưởng thức và trải nghiệm tư tưởng cùng tâm hồn của những người đã sống trước ta đến 10 thế kỷ.

Các Bản Dịch Ngoại Ngữ

Rubáiyát đã được chọn lọc và "dịch" ra nhiều thứ tiếng với nhiều phiên bản khác nhau. Bản nổi tiếng và độc đáo hơn cả, đầy thi vị với kỹ thuật thơ già dặn, vượt trội hơn cả mọi bản khác là bản dịch của Edward FitzGerald (hiện lưu hành ấn bản 1868).

Tuy nhiên, FitzGerald đã rất tự do trong khi diễn đạt lại ý tưởng của Khayyám: ông gom ý của nhiều bài lại làm một, tùy hứng dùng những hình ảnh, tiểu xảo trong thi ca Anh quốc, lại thêm thắt các điển cố của Thiên Chúa Giáo để thay thế và lược bỏ phần lớn những hình ảnh biểu tượng của Hồi Giáo. Có lẽ vì thế mà thi bản của ông rất ăn khách với các độc giả Tây phương: nó gần gũi với tâm cảm của họ. Thậm chí nhà phê bình văn học Charles Eliot Norton còn cho rằng Rubáiyát là "tác phẩm của một nhà thơ được gợi hứng từ tác phẩm của một nhà thơ khác, không phải là sao chép lại, mà là sáng tạo lại, không phải là diễn dịch lại, mà là diễn đạt lại một nguồn thi hứng."

Theo thiển ý, chúng ta nên xem tập thơ "Rubáiyát của Omar Khayyám" qua ngòi bút

FitzGerald là tác phẩm của chính FitzGerald phóng tác theo một số thơ của Omar Khayyám. Điều này cũng tương tự như tiểu thuyết Kim Vân Kiều của Thanh Tâm Tài Nhân trở thành thi phẩm Đoạn Trường Tân Thanh qua ngòi bút của thi hào Nguyễn Du, hay truyện Les Misérables của Victor Hugo trở thành tiểu thuyết Ngọn Cỏ Gió Đùa qua ngòi bút của nhà văn Hồ Biểu Chánh.

Nhiều học giả vì không hài lòng với bản "dịch" của FitzGerald đã ra sức truy tìm những bản gốc từ tiếng Farsi và gắng công dịch lại một cách trung thực hơn. Khó khăn đầu tiên cho các dịch giả là tác phẩm này, cũng như mọi tác phẩm cổ xưa khác, lại có quá nhiều dị bản, thật giả lẫn lộn... Thêm vào đó, ngôn ngữ Farsi dùng một hệ thống mẫu tự hoàn toàn khác với mẫu tự La Tinh, rất khó cho việc in ấn, và cũng không có mấy độc giả Tây phương có thể đọc được Farsi, nên hầu như không dịch giả nào cho in kèm nguyên tác bên cạnh bản dịch của họ. Điều này dẫn đến khó khăn về sau này cho người đọc là khi không hiểu rõ một bản dịch, muốn tìm bản khác để đối chiếu, thì đành bó tay, vì hầu như không thể biết chính xác người dịch đã dùng bài thơ nào trong nguyên tác để so sánh.

Trong những công trình dịch thuật Rubáiyát sang Anh Ngữ, có thể coi là công phu và khả tín hơn cả là bản dịch của Peter Avery và John Heath-Stubbs xuất bản năm 1979. Bản này tuy dịch thành thơ, nhưng không để bị quá ràng buộc bởi âm tiết hay vần điệu. Các dịch giả cũng ghi là đã theo sát chữ dùng và ý nghĩa của nguyên tác nhất, ngay cả khi nguyên tác có thể nói là khá táo bạo so với văn chương Tây Âu.

Ngoài ra, còn có thể kể đến *Rubáiyát of Omar Khayyám* do George Roe diễn dịch thành thơ và nhà Dodge Publishing xuất bản tại New York năm 1906, *The Rubáiyát of Omar Khayyám* do Justin Huntly McCarthy dịch thành văn xuôi và nhà Chiswick Press xuất bản tại London năm 1889. Một bản dịch hầu như toàn bộ thơ Rubái của Ba Tư và khá xác thực với các nguyên tác là *The Quatrains of Omar Khayyam of Nishapur* của Eben Francis Thompson do The Commonwealth Press xuất bản năm 1906 tại Massachussetts. Tuy nhiên, vì quá đầy đủ, bản này có thể đã gom góp cả những bài do các thế hệ sau viết thêm vào. Sau cùng, có thể kể đến bản dịch Anh Ngữ, không in thành sách mà chỉ phổ biến trên mạng, do Shahriar Shahriari, một người Farsi bản ngữ, thực hiện năm 1998.

Các Bản Dịch Việt Ngữ

Năm 2002, Tổ Hợp Xuất Bản Miền Đông Hoa Kỳ cho ra đời tác phẩm của **Nguyễn Ngọc Bích** (Virginia, Hoa Kỳ) với tựa đề *Omar Khayyam Rubaiyat – Thơ và Đời*, gồm những giới thiệu chi tiết về văn học và lịch sử Ba Tư có liên quan đến Omar Khayyám, cùng bản dịch 101 bài thơ của Edward FitzGerald. Sau đây là một bài dịch tiêu biểu trong tác phẩm này:

Thơ một tập dưới cành cây rậm rạp
Rượu một bầu, bánh một ổ, rồi ai
Hát bên ta trong hoang vu nhiêu tạp
Hoang vu, ừ, mà cứ ngỡ Thiên thai.

Nguyễn Ngọc Bích, bài 12, trang 147

Để bạn đọc thấy hai người khác nhau có thể dịch khác nhau đến mức nào, sau đây là bài mà người soạn viết lại từ bài thơ tiếng Anh đó của FitzGerald:

Bên em, dưới bóng nhánh thùy dương,
Bánh ngọt, thơ tình, rượu ngát hương,
Giọng hát, lời ca như rót mật
Rừng hoang, ôi, bỗng hóa thiên đường!

Illustration by Edmund J. Sullivan to the Rubaiyat of Omar Khayyam, First Version (translated by Edward Fitzgerald). Public Domain in the USA

Năm 2004, từ các bản dịch Rubáiyát bằng tiếng Nga, **Nguyễn Viết Thắng** (Kharkov, Ukraine) cũng đã dịch lại 487 bài, dùng thể thơ 4 câu tự do không hạn định số chữ, do Nhà Xuất Bản Văn Học – Hà Nội phát hành dưới tựa đề *Omar Khayyam – Thơ Rubayyat*. Sau đây là một bài dịch tiêu biểu trong tác phẩm này:

Tôi sẽ uống say cho đến cuối đời
Cho rượu đổ tràn lên mộ của tôi
Cho người say đến mộ tôi thăm viếng
Chỉ ngửi mùi là đã say gấp đôi.

Nguyễn Viết Thắng, bài 118, trang 121

Cũng để bạn đọc thấy rõ sự khác biệt giữa hai bản dịch do hai người khác nhau, nhất là khi đi từ hai bản dịch gián tiếp, một Nga, một Anh, sau đây là bài thơ mà người soạn đã viết lại:

Ta uống nhiều men đến thế này
Bụi ta mai ngát chất nồng cay
Kẻ ghiền có lỡ chân qua đấy
Chút gió thôi, là hẳn ngất say

Có lẽ còn nhiều tác phẩm dịch thuật khác cũng sống động và công phu không kém, nhưng trong điều kiện hiện nay, người soạn chỉ tìm được hai tác phẩm Việt Ngữ kể trên, coi là tương đối đầy đủ và hoàn chỉnh hơn cả.

Việc Phóng Tác Rubáiyát

Dịch thơ từ ngôn ngữ này sang ngôn ngữ khác là một việc rất khó, thường phải chọn một trong hai hệ quả. Một là diễn đạt được ý của nguyên tác, nhưng đôi khi người đọc không còn thấy rung cảm gì. Hai là giúp người đọc cảm nhận được hồn thơ, nhưng có thể không còn đúng với nguyên ý của tác giả. Ở đây, người soạn đã mạo muội làm một việc khó hơn nữa, đó là dịch gián tiếp, nghĩa là dịch lại từ những bản dịch khác. Do đó, hệ quả thứ nhất kể trên, phô diễn được đúng ý nguyên tác, chắc chắn là khó có thể đạt được. Chỉ còn hy vọng vào hệ quả thứ hai, và vào đại lượng của bạn đọc!

Nếu suy xét từng bài, sẽ thấy chính các bài thơ ở đây cũng không hoàn toàn theo đúng với những bản đã dịch sẵn được chọn làm gốc. Tuy nhiên, nếu nhìn tổng thể, sau khi đọc qua hết tập sách, rất có thể bạn đọc sẽ hình dung và đồng cảm được phần nào nhân sinh quan cùng vũ trụ quan của tác giả Rubáiyát. Đó cũng là tâm nguyện của người soạn, ngoài việc cống hiến một vài phút giải trí, thư giản cho bạn đọc qua những vần thơ Việt thô thiển trong đây.

Trước khi bắt đầu công việc phóng tác Rubáiyát một cách nghiêm chỉnh, người soạn đã tiếp cận một cách gián tiếp với Omar Khayyám qua hai sáng tác sau, chép lại từ tập thơ *Đôi Mắt Sài Gòn*:

Omar Khayyám

Chén cơm nguội
Đĩa giả cày
Bài thơ mới
Vò rượu cay
Cung điện vàng son nào sánh nổi!
Một trời hạnh phúc gọn trong tay

dựa theo bản Peter Avery & John Heath-Stubbs

I need a jug of wine and a book of poetry,
Half a loaf for a bite to eat,
Then you and I, seated in a deserted spot,
Will have more wealth than a Sultan's realm.

Là Em, Cát Bụi

Đất dung chứa tự trăm nghìn thế kỷ
Những tay ngà, má thắm, trán ngây thơ
Có phủi bụi xin nhẹ tay người nhỉ
Biết đâu... là môi đỏ của em xưa

dựa theo bản Peter Avery & John Heath-Stubbs

The dust under every fool's foot
Is a darling's upturned hand and a sweetheart's cheek

Và đây là một bài khác, trích từ tập thơ *Phù Dung*, cũng viết theo Omar Khayyám, nhưng dựa theo bản phóng tác và Âu hóa của Edward FitzGerald:

Đêm Lãng Du

Em đến cùng ta tối nguyệt tròn,
Nhạc tình, men dịu, lạ mùi son,
Dư âm gùi Thượng len Thành Nội,
Chín ngã sông theo một lối mòn [2].

dựa theo Edward FitzGerald

A Book of Verses underneath the Bough
A Jug of Wine, a Loaf of Bread - and Thou
Beside me singing in the Wilderness -
Oh, Wilderness were Paradise enow

Cả ba thí dụ trên cho bạn đọc nhận thấy người soạn đã Việt hóa những biểu tượng trong nguyên tác, không ngoài mục đích diễn đạt những rung cảm của một người Việt đến những người Việt. Tương tự, những bài thơ "viết theo" ở các phần sau đều được sáng tác trong cùng chiều hướng đó. Nói khác đi, có thể coi như người soạn đã bắt chước FitzGerald, nghĩa là phóng tác từ những bài trong bản dịch tiếng Anh của Peter Avery và John Heath-Stubbs (1979), của Edward FitzGerald (1868), của Shahriar Shahriari (1998), và của Eben Francis Thompson (1906), trong đó bản của Peter Avery và John Heath-Stubbs được coi là bản chính.

Mỗi khi có thể, người soạn cũng cố đối chiếu với các bản dịch tiếng Anh của Justin Huntly McCarthy (1896), George Roe (1906), và H.G. Keene (1885-87) để hiểu được chính xác hơn, sao cho bản phóng tác ít nhất là không phản lại ý của nguyên tác. Vì khả năng và trình độ giới hạn, người soạn rất tiếc đã không thể tham khảo thêm các dị bản viết bằng chính tiếng Farsi.

Hồi Thi Tứ Tuyệt

Illustration by Edmund J. Sullivan to the Rubaiyat of Omar Khayyam, First Version (translated by Edward Fitzgerald). Public Domain in the USA

Phần chính của tập sách chia thành bốn chương nhỏ, gồm những bài phóng tác từ bản dịch của Peter Avery và John Heath-Stubbs, của Edward FitzGerald, của Shahriar Shahriari, và của Eben Francis Thompson.

Peter Avery & John Heath-Stubbs

Peter Avery (1923-2008) là một học giả và giáo sư về Ngôn Ngữ, Lịch Sử, và Văn Minh Ba Tư tại trường Đại Học Cambridge, Anh Quốc. Ông cũng từng làm việc và giảng dạy nhiều năm ở Iran và Iraq. John Heath-Stubbs (1918-2006) là một nhà thơ khiếm thị, từng giảng dạy tại các Đại học Michigan Hoa Kỳ, và Oxford, Anh Quốc. Peter Avery đã cùng John Heath-Stubbs phiên dịch và xuất bản hai tập thơ nổi tiếng, Hafiz of Shiraz: Thirty Poems, và The Rubáiyát of Omar Khayyám.

Trong phần này, con số trên mỗi đầu bài Anh Ngữ là số thứ tự của bài thơ trong *The Rubáiyát of Omar Khayyám* [Peter Avery & John Heath-Stubbs].

Khó Hiểu

Cần chi nhan sắc với thơ ngây?
Má thắm đào tươi, dáng liễu gầy?
Chẳng hiểu vì sao trời đất lại
Lừa ta xuống cõi nhố nhăng này?

Bài 1

Although I have a handsome face and colour,
Cheek like the tulips, form like the cypress,
It is not clear why the Eternal Painter
Thus tricked me out of the dusty show-booth of earth.

Hỏi Trời

Sao đúc khuôn ta với buộc ràng?
Phà hơi ban kiếp sống mê hoang?
Để mai giã biệt đời, ta vẫn
Lẫn lộn đường sinh, tử ngổn ngang?

Bài 2

He began my creation with constraint,
By giving me life he added only confusion;
We depart reluctantly still not knowing
The aim of birth, existence, departure.

Lại Hỏi Trời

Ta sinh, ngươi có nặng hầu bao?
Ta mất, ngươi vinh hạnh chỗ nào?
Sao chẳng rỉ tai mà biện bạch
Rằng ta sinh, mất bởi vì sao?

Bài 3

Heaven's wheel gained nothing from my coming,
Nor did my going augment its dignity;
Nor did my ears hear from anyone
Why I had to come and why I went

Khuyên Tim

Vấn nạn cao vời quá sức ngươi,
Thánh hiền xưa cũng bó tay thôi.
Thì nâng cốc, gắng vui cho trọn,
Nào biết rồi mai sẽ khóc, cười?

Bài 4

Oh heart you will not arrive at the solving of the riddle,
You will not reach the goal the wise in their
                                    subtlety seek;
Make do here with wine and the cup of bliss
For you may and you may not arrive at bliss hereafter

Vặn Tim

Giả dụ sinh thời ngươi hiểu đi,
Khi về đất sẽ thấu huyền vi.
Nay ngươi còn đấy, ngươi chưa hiểu,
Mai mất ngươi rồi, ngươi hiểu chi!

Bài 5

If the heart could grasp the meaning of life,
In death it would know the mystery of God.
Today you are in possession of yourself,
                                you know nothing,
Tomorrow when you leave yourself behind,
                        what will you know?

bản dịch khác

And if your heart life's secret only knew,
Then, knowing death, 't would know God's secret too;
If, living, you know naught, what will you know
When death has come and you're no longer you?

[George Roe 1906]

Tỉnh Ngộ

Phí sức xây cầu qua biển xưa
Hơi đâu tin những kẻ hay lừa
Chuyện trên trời, nói y như thật
Địa ngục, thiên đường, ngươi đến chưa?

Bài 6

How long shall I lay bricks on the face of the sea?
I am sick of idolaters and the temple
Khayyam, who said that there will be a hell?
Who's been to hell, who's been to heaven?

bản dịch khác

How long shall I throw bricks upon the sea?
I scorn such tricks of vain idolatry!
Say not Khayyám is surely doomed to Hell
Who knows of Hell, or Heav'n, or if they be?

[George Roe 1906]

Giữa Chúng Mình

Đạo thường vĩnh cửu? Chửa nghe qua!
Ai nói huyền linh? Chỉ ậm à!
Sau bức màn đen, cười cợt chút...
Hạ màn! Thôi, đã chẳng còn ta!

Bài 7

Neither you nor I know the mysteries of eternity,
Neither you nor I read this enigma;
You and I only talk this side of the veil;
When the veil falls, neither you nor I will be here.

bản dịch khác

The secrets eternal neither you know nor I
And answers to the riddle neither you know nor I
Behind the veil there is much talk about us, why
When the veil falls, neither you remain nor I.

[Shahriar Shahriari 1998]

Hãy Nhớ Lấy

Trăm nghìn tinh tú giữa vô biên,
Chỉ rối lòng bao gã thánh hiền.
Có nắm được dây, đừng để vuột...
Vì, trời! Thượng Đế cũng quay điên!

Bài 9

The bodies that occupy the celestial vault,
These give rise to wise men's uncertainties;
Take care not to lose your grip on the thread of wisdom,
Since the Powers That Be themselves are in a spin

Bất Lực

Cái vòng sinh tử, đã bao lâu
Chẳng thiết đầu đuôi, cứ nối nhau
Mà chưa ai bàn cho vỡ lẽ
Từ đâu ta đến? Sẽ về đâu?

Bài 10

The cycle which includes our coming and going
Has no discerning beginning or end;
Nobody has got this matter straight -
Where we come from and where we go to.

Nghênh Ngang Đứng Giữa Đất Trời

Trên trời có một đốm Sao Vua,
Dưới đất đen kia có chú Rùa.
Can đảm lên nào, nhìn sự thật:
Giữa Rùa, Sao, có một bầy Lừa!

Bài 15

A bull is next to the Pleiades in the sky,
Another bull is hidden below the earth;
If you're not blind, open your eyes to the truth,
Below and above the two bulls is a drove of donkeys!

Như Không Hề Sống

Vèo đến rồi đi, thẳng một dòng
Chẳng hề lưu lại chút cuồng ngông
Bao nhiêu đời đã thành tro bụi
Mà khói bùng đâu, ai thấy không?

Bài 18

What is the gain of our coming and going?
Where is the weft of our life's warp?
In the circle of the spheres the lives of so many good men
Burn and become dust, but where is the smoke?

Nhưng Chỉ Là Giấc Mơ

Ôm nàng suốt kiếp chẳng rời tay
Vị ngọt mùi thơm hưởng quá đầy
Có biết mai kia về cõi đất
Giật mình tỉnh dậy: mộng còn say

Bài 20

Though you may have lain with a mistress all your life,
Tasted the sweets of the world all your life;
Still the end of the affair will be your departure -
It was a dream that you dreamed all your life.

Hạnh Phúc Là Không

Đường đời rêm những tiếng sầu than
Lê mãi tim đau đến phút tàn
Hạnh phúc là không hề nhập cuộc
Không sinh, không tử, lại bình an

Bài 23

Since all a man gets in this place of two doors
Is only a heart of sorrow and the giving up of life,
He who never lived a moment is happy -
That man is at peace whose mother never bore him

Chân Chúa

Nếu ta quyền phép nắm trong tay
Sẽ xóa không gian tối ám này
Dựng mới thiên đường chân thiện mỹ
Cho hồn nhân loại thỏa cơn say

Bài 25

If the firmament were in my hand as in God's
I would have razed it from the midst;
I would have made another firmament such that
The free of heart might easily attain their desire

các bản dịch khác

Ah, Love! could you and I with Him conspire
To grasp this sorry Scheme of Things entire,
Would not we shatter it to bits--and then
Re-mould it nearer to the Heart's Desire!

[Edward FitzGerald 1868]

Like God, if this world I could control
Eliminating the world would be my role
I would create the world anew, whole
Such that the free soul would attain desired goal.

[Shahriar Shahriari 1998]

If I were God, how swift mine anger dire
Would sweep away this universe entire
And build a better, where the soul, set free
Might sometimes reach its inmost heart's desire

[George Roe 1906]

An Phận

Vốn biết đời là hư ảo thôi
Sao còn cay đắng chuyện chia phôi?
Hãy buông thương nhớ, quên sầu thảm,
Mệnh đã an bài, hết xóa bôi!

Bài 32

Oh heart, since the world's reality is illusion
How long will you complain about this torment?
Resign your body to fate and put up with pain
Because what the Pen has written for you it
                                        will not unwrite.

Trời Cũng Than Thân

Đêm nghe trời khóc giữa cơn say:
- Ta cũng truân chuyên kiếp đọa đày
Giá nắm trong tay quyền họa phúc
Đã tha mình khỏi nghiệp vần xoay!

Bài 33

The firmament secretly whispered in my heart,
Do you know what sentence fate laid on me?
If my revolving were in my control,
I would release myself from this circling.

Anh Không Chết Đâu Anh

Bạn rượu ta xưa, lánh cả rồi
Từng tên về đất bụi xa xôi
Quán đời, cuộc vẫn chưa tàn nhé
Họ chỉ say từ hiệp trước thôi!

Bài 38

Convivial friends have all gone
Death has trampled them down one after another;
We were in one wine-bout at life's party,
They got drunk a round or so ahead of us

Người Chết Có Cần Chôn?

Luân hồi chả bảo cũng xoay mau
Cố đếm vòng quay chỉ nhức đầu
Thân diệt, tâm hư, thì xác đấy
Trùn xoi, sói gặm - khác gì đâu

Bài 40

Since the wheel turns at no wise man's will,
No matter if you count the spheres seven or eight;
Since we must die and all desires vanish,
No matter whether the ant feeds in the grave,
                              or the wolf above ground

Lối Thời Gian

Con đường một hướng cứ lê thê
Cuốn vạn người theo lối ám mê
Ngươi đấy, hành trang đừng bỏ sót
Đã đi, là chẳng có quay về

Bài 46

Of all who went on this long road
Where is the one who has returned to tell us the secret?
Take care to leave nothing for your needs on
                                 this two-ended way
You will not be coming back

bản dịch khác

Strange, is it not? that of the myriads who
Before us pass'd the door of Darkness through,
Not one returns to tell us of the Road,
Which to discover we must travel too.

[Edward FitzGerald]

Dâu Bể

*Lừng lẫy năm xưa Vạn Lý Lầu
Cung vàng, điện ngọc... hóa nương dâu
Giờ trên cột mục, con cu đất
Nghển cổ, nghiêng đầu: "Đâu? Ở đâu?"*

Bài 56

*That place which once vied with heaven,
Whose threshold kings touched with their foreheads;
We saw on its battlements a ring-dove
Perched, saying: "Coo? Coo? Where? Where?"*

Bảo Bé Nhẹ Chân

*Bác ơi, gắng dậy lúc tinh sương
Nhìn bé trai đang dẫm bụi đường
Bảo bé nhẹ chân giùm tí nhé
Ấy đầu quốc phụ, mắt thân vương*

Bài 59

*Oh wise elder, get up early in the morning,
Look closely at that boy sifting dust;
Advise him, "Gently, gently sift
The brains of Kaikobad and eye of Parviz.*

Kiếp Hoa

Mê cánh hồng non trước gió lay
Họa mi chết sửng chẳng buồn bay
Ngồi đi, cùng cảm thương bao kiếp
Hoa nở, hoa rơi, giữa đất này

Bài 60

Look, the morning breeze has torn the rose's dress,
The nightingale is in ecstasy at the rose's beauty;
Sit in the rose's shade, for many such
Have come from earth and to it returned.

Hãy Uống Cạn Bầu Xuân

Khi nhánh mai vàng rộ trước sân
Đừng quên nâng chén cạn bầu xuân:
Rồi đây, bãi cỏ ngươi ngồi, sẽ
Nhờ xác ngươi, xanh gấp vạn lần.

Bài 62

When the cloud washes the tulip's cheek at New Year
Get up and make firmly for the wine-cup,
Because this green spot that today is your
                              pleasure-ground
Tomorrow will all be growing out of your dust.

Chiếc Nồi Đất Nâu

Quá say, hất đổ chiếc nồi nâu.
Nồi giận, lườm ta, bĩu mấy câu:
Ta, trước như ngươi, từng ngất ngưởng,
Mai này, ngươi chẳng khác ta đâu!

Bài 67

Last night I smashed an earthenware pot on the stones,
I was drunk when I committed this folly;
The pot protested,
I was like you, you will be like me also.

Cát Bụi

Đất sét vò từng nắm trắng tinh
Trong tay gã thợ gốm vô tình
Đầu vua trộn lẫn chân hành khất
Nhào nặn thành quai chảo, nắp bình

Bài 71

I watched a potter in his work-place,
Saw the master, his foot on the wheel's treddle;
Unabashed, he was making a jug's lid and handle
From a king's head and a beggar's hand.

Bình Rượu Si Tình

Bình rượu si tình chẳng khác ta
Ngẩn người say lọn tóc kiêu sa
Chiếc quai... thôi, đúng là tay hắn
Đang đánh liều xoa chiếc cổ ngà

Bài 72

This jug was love-sick like me,
Tangled in a fair girl's locks;
This handle you now see on its neck
Was his hand on the neck of the girl.

các bản dịch khác

This cup once loved, like me, a lovely girl,
And sighed, entangled in a scented curl:
This handle, that you see upon its neck,
Once wound itself about a neck of pearl."

[H.G. Keene 1887]

Giác Ngộ

Đêm nay cất rượu một thùng to,
Dọn cỗ bàn ra, sẵn mấy vò
Đoạn tuyệt suy tư, quăng tín ngưỡng,
Động phòng con gái của giàn nho

Bài 77

Tonight I will make a tun of wine
Set myself up with two bowls of it
First I will divorce absolutely reason and religion
Then take to wife the daughter of the vine

bản dịch khác

You know, my Friends, with what a brave Carouse
I made a Second Marriage in my house;
Divorced old barren Reason from my Bed
And took the Daughter of the Vine to Spouse.

[Edward FitzGerald 1868]

Trùm Say

Ta uống nhiều men đến thế này
Bụi ta mai ngát chất nồng cay
Kẻ ghiền có lỡ chân qua đấy
Chút gió thôi, là hắn ngất say

Bài 80

I drink so much wine, its aroma
Will rise from the dust when I'm under it;
Should a toper come upon my dust,
The fragrance from my corpse will make him
                              roaring drunk.

bản dịch khác

I'll drink till such a scent of wine shall rise
Out of the earth where my dead carcase [3] lies,
That cup-sick revellers, passing by the place,
Shall from that scent receive new enterprise.

[H.G. Keene 1885]

Phục Sinh

Mai về cõi ấy hết bon chen
Thân xác tan thành bụi đất đen
Nếu được vò nung thành chén nhỏ
Sẽ bừng sống lại lúc tràn men

bản dịch khác

Mai mốt ta rời kiếp nhục vinh
Rã thân tro bụi, vẫn chung tình
Nếu ai đem nắn nung thành chén
Rót rượu vào, ta sẽ phục sinh

Bài 81

The day when my life's branch is uprooted
And my members are dispersed
Should my clay be used to make a cup
It would come to life as soon as it was filled with wine

Trả Treo

- Bẫy nào cũng vướng, thật lông bông!
Thiền giả trề môi nhiếc má hồng.
- Tôi quả như lời! Nhưng dám hỏi:
Lòng Ngài, có giống mặt Ngài không?

Bài 86

A religious man said to a whore, "You're drunk,
Caught every moment in a different snare."
She replied, "Of, Shaikh, I am what you say,
Are you what you seem?"

Nắm Trong Tay

Họ bảo thiên đường lắm ngọc châu,
Men nồng, gái đẹp, nhạc tình sâu.
Thôi đừng hứa ảo khoe vờ nữa,
Rót rượu giờ đi, chuyện tính sau!

Bài 89

They say there is Paradise with the houris and the River,
Wine freshets, milk, sweets and honey:
Fill the wine cup, put it in my hands -
Cash is better than a thousand promises.

Vĩnh Hằng Ảo Vọng

Địa ngục, thiên đường, đã thấy chi?
Mấy ai về, dẫu triệu người đi?
Bao hy vọng, cứ vin vào đấy
Chỉ cái tên thôi, chứ có gì!

Bài 91

Nobody, heart, has seen heaven or hell
Tell me, dear, who has returned from there?
Our hopes and fears are on something of which,
My dear, there is no indication but the name.

Vui Lên

Chết Bắc hay Nam cũng thế mà
Chén đời đắng, ngọt, cũng ra ma
Vui lên, vì ánh trăng còn đó
Vẫn khuyết, tròn, khi đã hết ta

Bài 95

When life comes to an end it will be the same
                               in Baghdad or Balkh,
When the cup brims over, it is the same if sweet
                                        or bitter;
Be glad, because after our time many a moon
Will grow full, and then wane.

Hạnh Phúc Nào Hơn

Trong tay, khô mực với thơ tình,
Vai cặp thêm vò rượu mới tinh
Hai đứa chụm đầu nơi vắng vẻ
Hỏi Vua nào sướng được như mình?

Bài 98

I need a jug of wine and a book of poetry,
Half a loaf for a bite to eat,
Then you and I, seated in a deserted spot,
Will have more wealth than a Sultan's realm.

các bản dịch khác

A Book of Verses underneath the Bough,
A Jug of Wine, a Loaf of Bread--and Thou
Beside me singing in the Wilderness--
Oh, Wilderness were Paradise enow!

[Edward FitzGerald]

A book of verse underneath the vine
A loaf of bread, a jug of ruby wine
And thou beside me, resting in the wild
Would make the dreary wilderness divine

[George Roe 1906]

A jug of wine, a book of poetry,
For stay of life a crust of bread give me,
And thou beside me, in the wilderness!
The Sultan's Kingdom better cannot be.

[H.G. Keene 1885]

Còn Thở Còn Say

*Nhờ cô chủ quán vẫn thương ngầm
Ta biết còn hơi thở rất đằm
Lại biết rượu còn vừa đủ uống
Chứ đời còn mấy, chả quan tâm!*

Bài 100

I still have a breath left, thanks to the wine-boy's care,
But of consorting with men only their
                    ingratitude remains:
No more than one cup of last night's wine is left,
But of life I don't know how much more there is.

Làm Chi Cũng Uổng

*Đi khắp trần gian? vẫn rối bòng!
Nói nhiều, nghe lắm? cũng bằng không!
Lên trời, xuống biển? càng vô ích!
Lười nhác nằm suông? chả bõ công!*

Bài 102

You have seen the world and all you saw was nothing,
All you have said and heard, that too is nothing;
Running from pole to pole, there was nothing,
And when you lurked at home, there was also nothing.

Chiếc Đèn Cù

Thế giới này như đèn kéo quân
Mặt trời là ngọn lửa thiêu thân
Đất đen là trục, ta hình giấy
Hãnh diện xoay tròn kiếp ảo nhân

Bài 105

Let us consider this wheel of heaven that amazes us
As if it were a diorama
The sun the candle, the world the lanthorn
Then we are like the images revolving on its walls

Cái Dại Của Người Bán Rượu

Tự cổ, trăng sao đã chứng tri
Men cay là nhất, chẳng ai bì
Nực cười những kẻ chuyên buôn rượu
Mua lại gì bằng cái bán đi?

Bài 110

Nobody has known anything better than sparkling wine
Since the morning star and the moon graced the sky
Wine-sellers astonish me because
What can they buy better than what they sell?

Cuộc Đời Vẫn Đẹp Sao

Bao đế vương về với đất sâu
Nhưng xuân nồng thắm vẫn tươi màu
Em yêu, đã rạng đông rồi đấy
Hát nhé em, rồi rót rượu mau!

Bài 116

Happy sweetheart, at dawn
Sing a snatch and bring out the wine:
A legion of Kais and Jamshids have turned to dust,
But summer's on the way and winter is passed.

Vội Vàng Lên

Hoa vẫn kiêu kỳ, cỏ vẫn sang
Nhưng ai lường kịp bước thiều quang
Bẻ hoa, nâng chén, đừng do dự
Chớp mắt là hoa úa, cỏ vàng

Bài 121

Flowers and grass are delightfully fresh, boy,
Enjoy them, in a week they'll be dried up:
Drink wine and pluck a flower since while you look
The rose withers and the greenness fades

Trời Kêu Ai Nấy Dạ

Cái vòm trời đất cứ xoay thôi
Rượu cũng xoay quanh những lượt mời
Khi đến phiên người, đừng thoái thác
Đến phiên, là đúng vị, người ơi

Bài 125

In the circle of the unfathomable sphere
Drink heartily, because the cup is going the round:
When your turn is reached, do not complain -
All are made to taste when this cup comes around

Chuyện Phải Làm Ngay

Trước khi trời xóa sổ tên ngươi
Hãy uống cho thơm phức nụ cười
Hãy khéo vân vê từng lọn tóc
Của nàng, khi ngón luyện còn tươi

Bài 129

Before the world forgets your name,
Drink wine - it drives sorrow from the heart;
And before your limbs fall away joint by joint,
Unwind the beauty's tresses, ringlet by ringlet.

Hãy Sống Tự Hôm Nay

Đừng dại khờ tin có kiếp sau
Ngày mai cũng chẳng của ngươi đâu
Giờ tim còn đập, đừng hoang phí
Cuộc sống qua nhanh, hãy bắt đầu!

Bài 135

Today, tomorrow is not within your reach,
To think of it is only morbid:
If the heart is awake, do not waste this moment -
There is no proof of life's continuance

Lời Khuyên Cần Kíp

Rượu vẫn cầm trên tay? Uống ngay!
Má hồng mong đợi? Hãy hôn say!
Mai kia ngươi cũng về vô định
Sao chẳng vui cho trọn phút này?

Bài 140

Khayyam, if you are drunk on wine, enjoy it,
If you are with the tulip-cheeked, enjoy her:
Since the world's business ends in nothing,
Think that you are not and, while you are, enjoy it.

Hưởng

Hạ cờ đạo đức giả cho tôi!
Tóc bạc? Giao ngay rượu quản thôi.
Nếu bảy mươi rồi chưa biết sống,
Thì bao giờ mới hiểu cơ trời?

Bài 141

Tomorrow I will haul down the flag of hipocrisy
I will devote my grey hairs to wine:
My life's span has reached seventy,
If I don't enjoy myself now, when shall I?

Cuộc Rượu Hôm Nay

Này em nhan sắc, hãy cùng anh
Mang hết be sành, trải chiếu manh
Uống đã, lo chi ngày ấy chứ
Khi ta rồi cũng hóa be sành

Bài 144

Rise up my love and solve our problem by your beauty,
Bring a jug of wine to clear our heart
So that we may drink together
Before wine-jugs are made of our clay

Chất Liệu

Bầu rượu trên tay gã đứng đường
Là tim thừa tướng, mắt quân vương
Còn đây là chén nung từ cặp
Má ửng men nồng, môi mỹ nương

Bài 151

This pot a workman drinks from
Is made from the eyes of a king, the heart of a vazir;
This wine-bowl in a drunkard's palm
Is made from a cheek flushed with wine and a lady's lip.

Tiếng Chim Cảnh Tỉnh

Họa mi say khướt giữa vườn đời
Thấy hoa với rượu ngả nghiêng cười
Ghé tai ta hót: Còn chưa chịu
Nốc rượu, ôm hoa? Phí của trời!

Bài 155

When the drunken nightingale found his way
                                    into the garden
He discovered the face of the rose and the
                                    wine-cup laughing;
He came to whisper in my ear excitedly,
"Seek out these, life once gone cannot be sought again."

Hãy Thức Cùng Anh

Uống nữa đi em, thức với anh
Hoa thơm rượu ngọt ngủ sao đành
Mai về cõi đất tha hồ nghỉ
Chợp mắt giờ là phí tuổi xanh

Bài 159

I was asleep, a wise man said to me
"The rose of joy does not bloom for slumberers;
Why are you asleep? Sleep is the image of death,
Drink wine, below the ground you must
sleep of necessity

các bản dịch khác

I lay upon my couch in slumber deep
And Wisdom cried aloud, "Oh, wherefore asleep?
For sleep is kin to death; drink while you may;
Eternal slumber hastens o'er the sleep!"

[George Roe 1906]

I dreamed of an old man, who said, and frowned,
"The rose of bliss in sleep was never found;
Why then anticipate the work of death?
Drink rather: sleep awaits thee in the ground."

[H.G. Keene 1887]

Sau Cơn Mưa Trời Lại Sáng

Hào kiệt sinh từ những khổ đau
Lòng trai giam cát, cát thành châu
Chén đời nào khác gì chung rượu
Cứ rót cho đầy, cạn ở đâu?

Bài 170

Suffering ennobles a man,
Enduring the oyster-shell's prison makes a pearl of
$\qquad\qquad\qquad\qquad\qquad$ *a water-drop;*
Though worldly goods perish let your head remain
$\qquad\qquad\qquad\qquad\qquad$ *like a cup -*
When the cup is empty it may be filled again.

Chấp Nhận

Lưng oằn tuổi nặng uốn còng queo
Da nhúm xương mòn thịt bắp teo
Đời bỏ mà đi, ta níu lại...
Hắn cười: nhà sập, bắt ta đeo?

Bài 172

My back is bent by time,
All my affairs go awry;
Life was ready to depart. I said, "Don't go."
It replied, "What else can I do, if the house
$\qquad\qquad\qquad\qquad\qquad$ *is falling down?"*

Chớ Khá Cười Lâu

Nào ai thấu triệt Bến Sông Mê:
Đất ngốn bao người chưa hả hê.
Ngươi chớ vội cười khoe đã thoát
Lượt ngươi đang đến sát bên lề...

Bài 173

Nobody has mastered the wheel of the firmament,
Earth is never glutted feeding on men;
You boast it has not eaten you,
Don't speak too soon, it's early yet, it will.

Trước Khi Quá Muộn

Mai sẽ vùi thây xuống đất đen
Vàng chôn còn có lúc đào lên
Mình thân cát bụi, mong gì chứ?
Rót nữa đi em, uống, uống liền

Bài 181

Before you are taken in ambush,
Order the rose-hued wine to be fetched;
You're not gold, you silly fool,
To be buried in the ground and then brought out again.

Thần Dược

Nghịch lý Toàn Năng với Tối Cao!
Trăm nghìn giáo phái loạn bồng hao!
Một chung rượu xóa muôn phiền não
Tâm tịnh yên, lòng thỏa khát khao

Bài 188

Drink wine, it stops you thinking about the Many
                                             and the One,
Dispels thoughts about the seventy-two jarring sects;
Don't abstain, the physics you get
In one draught of it rids you of a thousand sicknesses.

Nhất Rượu...

Trăm tấc lòng, khôn đọ hớp cay,
Non sông, chưa đáng nửa ly này!
Khắp trời, chất đắng nào hơn rượu?
Ngàn mảnh hồn thơm cũng dưới tay!

Bài 193

One cup of wine is worth a hundred hearts and religions,
One sip worth the realm of China;
Apart from ruby wine on the earth's expanse
No other bitter thing exists worth thousands
                                             of sweet souls.

Ta Chẳng Là Ai

*Thiên hạ chê ta: kẻ ngạo đời
Có trời mới biết đúng, sai thôi
Nhưng ta tự biết mình sâu, kiến,
Giữa bể trầm luân chỉ ngược, xuôi.*

Bài 210

*My enemy mistakenly calls me a philosopher
God knows I'm not what he says;
But since I have come to this abode of sorrow
I am too insignificant to know what I am.*

Sự Thật Hiển Nhiên

*Sừng sững nhìn kia: mộ đất nông,
Thế gian đầy ắp chuyện đau lòng,
Vua, quan, sĩ, thứ – vùi ba tấc,
Giun dế thi nhau đục má hồng!*

Bài 216

*Oh eye you are not blind, see the grave
And see this world full of distraction and bitterness;
Kings, heads and princes are under the clay,
See moon-bright faces in the jaws of ants.*

Sự Thật Mất Lòng

Ngả ngớn say sưa với bạn bè
Hơn cùng hiền thánh chuyện cà kê;
Mê tình, mê rượu mà nên tội
Thì chốn thiên đàng sẽ vắng hoe!

Bài 222

Drinking wine and consorting with good fellows
Is better than practising the ascetic's hypocrisy;
If the lover and the drunkard are to be among
                                      the damned
Then no one will see the face of heaven.

Ta Còn Ta Vẫn Uống

Lấy chén, mang vò, đi với anh!
Ra bờ suối vắng, cỏ mềm xanh
Uống say cùng bạn bè xưa khuất
Cát bụi giờ đây hóa sứ, sành...

Bài 230

Take up the cup, dearest, and the jug,
Sit at ease in the green field by the edge of the stream;
The vile wheel a hundred times over has made
Many dear ones into cups and jugs.

Đừng Mất Thời Gian

Ngũ hành bát quái... nhảm gì đâu!
Còn rảnh hơi... đong vạn cổ sầu?
Ta là cát bụi... đàn lên chứ!
Là gió mây... ừ, rót rượu mau!

Bài 231

How long boy will you chatter about the 5 senses
                                      and the 4 elements?
What matter if the puzzles be one or a
                                      hundred thousand?
We are dust, strum the harp boy,
We are air, boy, bring out the wine.

Mộng Dưới Hoa

Nếu góc vườn ta như ước mong
Bánh ngon dê béo rượu cay nồng
Kề bên đôi má hồng thơm mịn
Có đại gia nào dám sánh không?

Bài 234

If chance supplied a loaf of white bread,
Two casks of wine and a leg of mutton,
In the corner of a garden with a tulip-cheeked girl
There'd be enjoyment no Sultan could outdo.

Edward FitzGerald

Edward FitzGerald (1809 - 1883) là một nhà thơ, nhà văn, thường sống ẩn dật ở Anh Quốc nhưng hầu như ngày nay cả thế giới đều biết đến ông như là người đầu tiên và xuất sắc nhất phiên dịch Rubáiyát của Omar Khayyám sang Anh Ngữ. Ông nguyên tên là Edward Purcell, nhưng từ năm 1818, thân phụ ông là John Purcell đã đổi theo tên vợ và từ đó ông cũng mang luôn tên này.

Trong phần này, con số trên mỗi đầu bài Anh Ngữ là số thứ tự của bài thơ trong *The Rubáiyát of Omar Khayyám* [Edward FitzGerald]

Vất áo đông sầu vào lửa xuân!
Rót cho đầy ắp chén dương trần!
Kìa thời gian vút như tên bắn,
Đời chẳng còn bao, mau sải chân!

Bài 7

Come, fill the Cup, and in the fire of Spring
Your Winter-garment of Repentance fling:
The Bird of Time has but a little way
To flutter - and the Bird is on the Wing.

Bên em, dưới bóng nhánh thùy dương,
Bánh ngọt, thơ tình, rượu ngát hương,
Giọng hát, lời ca như rót mật
Rừng hoang, ôi, bỗng hóa thiên đường!

Bài 12

Here with a little Bread beneath the Bough,
A Flask of Wine, a Book of Verse - and Thou
Beside me singing in the Wilderness -
Oh, Wilderness were Paradise enow!

Bổng lộc trần gian, tiêu thả ga!
Trước ngày Đất gọi đến phiên ta
Đất hoàn Đất, lại vùi trong Đất,
Không Rượu, không Đàn, không Lối Ra!

Bài 26

Ah, make the most of what we yet may spend,
Before we too into the Dust descend;
Dust into Dust, and under Dust to lie
Sans Wine, sans Song, sans Singer, and--sans End!

Đi ngang lò gốm ghé nhìn chơi
Bác thợ đang nhào đập tả tơi
Cục đất - thều thào qua tiếng nấc
"Nhẹ tay giùm chút, bạn già ơi!"

Bài 40

For I remember stopping by the way
To watch a Potter thumping his wet Clay:
And with its all-obliterated Tongue
It murmur'd--"Gently, Brother, gently, pray!"

Cơn Say loạn đả cũng ra trò:
Lấy Vợ lần hai chẳng đắn đo!
Ly dị phăng bà già Lý Trí,
Cưới liền Con Gái của Giàn Nho!

Bài 57

You know, my Friends, with what a brave Carouse
I made a Second Marriage in my house;
Divorced old barren Reason from my Bed
And took the Daughter of the Vine to Spouse.

Lạ chưa, ức triệu kẻ qua rồi
Chiếc cổng thâm u cuối ngã đời
Chẳng một tên về thông báo nhỉ?
Thôi đành, ta cũng sẽ qua thôi...

Bài 67

Strange, is it not? that of the myriads who
Before us pass'd the door of Darkness through,
Not one returns to tell us of the Road,
Which to discover we must travel too.

Cái Tô úp ngược gọi Bầu Trời
Dưới đó ta lê lết cả đời
Chớ giở tay lên nài nỉ Hắn
Hắn còn bất lực gấp mười mươi

Bài 78

And that inverted Bowl they call the Sky,
Whereunder crawling coop'd we live and die,
Lift not your hands to It for help--for It
As impotently moves as you or I.

Điên Loạn từ Hôm Qua chứ chi,
Rồi Mai nín Lặng, Thắng, Thua gì?
Uống đi, ai biết từ đâu đến!
Ai biết về đâu, uống, uống đi!

Bài 80

Yesterday This Day's Madness did prepare;
To-morrow's Silence, Triumph, or Despair:
Drink! for you know not whence you came, nor why:
Drink! for you know not why you go, nor where.

Chính những kẻ mà ta yêu quý
Mới chơi ta những cú điên đầu
Vùi danh tiếng ta trong chén rượu
Bán nghĩa tình ta chỉ sáu câu [4]

Bài 101

Indeed the Idols I have loved so long
Have done my credit in this World much wrong:
Have drown'd my Glory in a shallow Cup
And sold my Reputation for a Song.

Em nhỉ, nếu mình có dịp may
Giành quyền tạo hóa gọn trong tay
Sẽ cùng đập nát thiên đường ruỗng
Dựng lại trần gian đúng mộng này

Bài 108

Ah, Love! could you and I with Him conspire
To grasp this sorry Scheme of Things entire,
Would not we shatter it to bits - and then
Remould it nearer to the Heart's Desire!

Shahriar Shahriari

Shahriar Shahriari, sinh năm 1963, là một chuyên gia kỹ thuật được đào tạo tại Anh và Canada, hiện làm việc tại Hoa Kỳ. Trong tất cả những bản dịch Rubáiyát sang Anh Ngữ, bản dịch của Shahriar Shahriari có đặc điểm là do chính một người bản ngữ Farsi thực hiện, đồng thời được Iran Chamber Society, một tổ chức Văn Hóa và Nghệ Thuật của Ba Tư, đưa lên trang web.

Hình ảnh theo sau mỗi bài thơ Anh Ngữ là nguyên tác bằng tiếng Farsi đi kèm trong *The Rubáiyát of Omar Khayyám* [Shahriar Shahriari – Iran Chamber Society]

Cái Quai Bình

Bình kia nào khác gã si tình
Từng yếu lòng vì lọn tóc xinh
Tay hắn còn ghì quanh cổ ngọc
Thành quai, thề ước chuyện ba sinh

This clay pot like a lover once in heat
A lock of hair his senses did defeat
The handle that has made the bottleneck its own seat
Was once the embrace of a lover that entreat

این کوزه چو من عاشق زاری بوده است
دربند سر زلف نگاری بوده است
این دسته که بر گردان او می بینی
دستیست که بر گردن یاری بوده است

Đêm Nay Mới Thật Là Đêm

Đã cầm ly cối gọn trong tay
Phải cạn hai, thì mới đủ say
Giã biệt lương tri cùng tín ngưỡng
Ôm nàng nho, thức suốt đêm này!

Tonight I shall embrace a gallon cup
With at least two cups of wine I sup
I'll divorce my mind and religion stop
With daughter of vine, all night I'll stay up

امشب پی جام یکمنی خواهم کرد
خود را به دو جام می غنی خواهم کرد
اول سه طلاق عقل و دین خواهم گفت
پس دختر رز را بزنی خواهم کرد

Đến Lượt Là Đi

Bận tâm chi nhỉ cái ngày mai
Tận hưởng hôm nay kẻo phí hoài
Những đến phiên mình, đừng nấn ná
Bảy ngàn năm ấy đã oằn vai [5]

O friend, for the morrow let us not worry
This moment we have now, let us not hurry
When our time comes, we shall not tarry
With seven thousand-year-olds, our burden carry

ایدوست بیا تا غم فردا نخوریم
وین یکدم عمر غنیمت شمریم
فردا که ازین دیر فنا درگذریم
با هفت هزارسالگان سربسریم

NK phóng tác Rubáiyát

Chỉ Còn Ta

Bạn, từng đứa chết, chẳng còn ai
Theo Tử Thần về chốn vị lai
Bữa tiệc đời, say cùng thứ rượu
Mà đôi chén trước đã rơi đài

All my companions, one by one died
With Angel of Death they now reside
In the banquette of life same wine we tried
A few cups back, they fell to the side

یاران موافق همه از دست شدند
در پای اجل یکان یکان پست شدند
خوردیم ز یک شراب در مجلس عمر
دوری دوسه بیشتر ز ما مست شدند

Kiếp Trước

*Có lần ngang tiệm đất sành nâu
Thấy mấy ngàn chai, hũ, chén, bầu,
Chợt chiếc bình kia gào "Đứng lại!
Kẻ mua! Người bán! Gậy ta đâu?"*

Once upon a time, in a potter's shop
I saw two thousand clay pot and cup
Suddenly a lone pot cried out, "stop!
Where the vendor, buyer, where my prop?"

در کارگه کوزه گری رفتم دوش
دیدم دوهزار کوزه گویا و خموش
ناگه یکی کوزه برآورد خروش
کو کوزه گر و کوزه خر و کوزه فروش

Tranh Thủ

Hừng sáng nghe từ quán gọi ra:
Khách say! Tỉnh lại! Tới đây mà
Rót cho đầy chén thêm lần nữa
Trước phút tro đầy hũ cốt ta

At dawn came a calling from the tavern
Hark drunken mad man of the cavern
Arise; let us fill with wine one more turn
Before destiny fills our cup, our urn.

bản dịch khác

At dawn a voice came from the house of wine;
"Ho! reckless wastrels lying there supine,
Rise! let us fill our measures full of drink
Before they fill your measures, yours and mine."

[H.G. Greene 1885]

آمد سحری ندا ز میخانه ما
کای رند خراباتی دیوانه ما
برخیز که پر کنیم پیمانه ز می
زان پیش که پر کنند پیمانهٔ ما

Thời Gian Không Trở Lại

Nâng ly hối hả uống không ngừng
Lạc thú trần gian chẳng muốn dừng
Ly rót vào ta lời nhắn nhủ:
Ngày qua là mất, uống đi cưng...

I brought the cup to my lips with greed
Begging for longevity, my temporal need
Cup brought its to mine, its secret did feed
Time never returns, drink, of this take heed

لب بر لب کوزه بردم از غایت آز
تا زو طلبم واسطهٔ عمر دراز
لب بر لب من نهاده میگفت براز
می خور که بدین جهان نمی آئی باز

Tương Phản

Gông cùm thiện, ác trói đời ta
Xoay giữa buồn, vui chẳng lối ra
Mệnh số mà soi bằng lý lẽ
Khác chi oan khuất của gian tà

Good and evil, our moral prison
Joy and sorrow passing like season
Fate in the way of logic and reason
Is the victim of far worse treason

نیکی و بدی که در نهاد بشر است
شادی و غمی که در قضا وقدر است
با چرخ مکن حواله کاندر ره عقل
چرخ از تو هزار بار بیچاره تر است

Di Chúc

Rót tôi ly nữa, bạn hiền ơi
Da phải bừng như ánh mặt trời
Tắm rượu cho thơm, rồi tẩn liệm
Quan tài, nhớ chọn gỗ nho tươi

Hark! Feed me wine, if you really care
Turn into ruby my face of amber
Bathe me in wine when death me ensnare
With boards of vine my coffin bear

bản dịch khác

Ah, comrades! strengthen me with cups of wine
Until my faded cheeks like rubies shine,
And bathe me in it after I am dead,
And weave my shroud with tendrils of the vine."

[H.G. Greene 1887]

زنهار ز جام می مرا قوت کنید
وین چهرهٔ کهربا چو یاقوت کنید
چون مرده شوم بباده شوئید مرا
وز چوب رزم تختهٔ تابوت کنید

Giấc Mơ Cỏ Dại

Bên dòng suối nhỏ mát da chân
Bãi cỏ tươi như miệng nữ thần
Có dẫm lên, xin người bước khẽ
Đừng làm vụn vỡ mộng tình nhân

The grass that grows by every stream
Like angelic smiles faintly gleam
Step gently, cause it not to scream
For it has grown from a lover's dream.

هرسبزه که بر کنار جوئی رسته است
گوئی زلب فرشته خوئی رسته است
پا بر سر سبزه تا بخواری نهی
کان سبزه ز خاک ماهروئی رسته است

Eben Francis Thompson

Eben Francis Thompson (1859-1939), một trong những học giả thành lập Câu Lạc Bộ Omar Khayyám Hoa Kỳ, là tác giả của công trình dịch thuật đầy đủ nhất các bài thơ Rubái - tất cả 878 bài - sang một ngoại ngữ. Nhiều học giả cho rằng bản dịch của ông là trung thực nhất với nguyên tác. Tuy nhiên, ông đã không mấy để tâm đến việc phân biệt những bài thơ có thể tin tưởng được là của chính Khayyám viết ra với những bài rất có thể do hậu thế thêm thắt vào.

Trong phần này, con số trên mỗi đầu bài Anh Ngữ là số thứ tự của bài thơ trong *The Quatrains of Omar Khayyam of Nishapur* [Eben Francis Thompson]

Hãy Lo Chuyện Hôm Nay

Trở về cát bụi chỉ nay mai,
Thành chén bình cho hậu thế xài.
Uống đã! Thiên đường? Hừ. Địa ngục?
Toàn trò trẻ cả, dọa hù ai!

Bài 3

Drink wine! for when to dust your body turns,
Your clay becomes thereafter cups and urns,
Of Hell or Heaven reck not, for pray why should
A wise man be deceived in such concerns?

Hậu Sự

Rửa xác tôi bằng nước ép nho
Rồi nhờ rượu đọc điếu văn cho
Mai kia ai muốn tìm tôi, trỏ
Trước quán, bên thềm, đống bụi to.

Bài 25

Wash me with grape juice when life ebbs away,
And "parting words" with wine and wine-cup say;
If me ye'd find on Resurrection Morn,
In dust of tavern thresholds seek my clay.

Thiên Đường Chính Tại Nơi Đây

Có rượu đầy chung, có kẻ hầu,
Là thiên đường đấy chứ còn đâu.
Những tên rao giảng thiên đường khác
Đã đến nơi, hay chỉ thuộc làu?

Bài 28

Cupbearer, bowl and wine by marge of dell
Are Heaven enough for me and thee as well;
Hear not from any talk of Hell or Heaven,
For whoe'er came from Heaven or went to Hell?

Tối Cao

Nắp đậy bầu men: vạn nén vàng!
Một lần say, dám đổi ngôi sang!
Khăn lau miệng chỉ hoen mùi rượu,
Quý gấp ngàn lần áo thánh mang!

Bài 47

One wine draught to earth's kingdom doth compare
And to a thousand lives, the lid of jar!
The cloth with which one wipes wine from the lips
Is worth the scarfs a thousand preachers wear!

Chuyện Ngàn Sau

Lo đời, cá hỏi vịt "Này ông,
Nếu rủi mai kia suối cạn dòng?"
Vịt bảo "Mai kia, mình chết cả,
Bận lòng chi việc nước còn, không?

Bài 52

The fish to duck in droughty season said,
"What if this stream should run back in its bed?"
"When you and I are roasted,", quoth the duck,
"What matters stream, what mirage once we're dead?"

Của Cải Trần Gian

Tội ngươi đã ngập biển, tràn sông,
Giành giật, đua tranh, quá cực lòng,
Chiếm cả ngai vàng. Chi vậy nhỉ?
Mai này, chẳng giũ áo, đi không?

Bài 418

Have you no shame for all the sins you do,
Forbidden things, commands forsaking, too?
Suppose you gain the kingdom of the world,
What do, except to leave it then, will you?

Thân Tịnh Tâm An

Sáu mươi, quá đủ, chớ cầu vay.
Chỉ đặt chân vào những chốn say.
Lúc sọ còn tươi, cần thủ thế,
Hũ, vò: lưng tựa, chén: trong tay

Bài 644

Life's length beyond three-score seek not to trace;
Nor, save drunk, anywhere thy foot to place;
And ere thy skull they make into a bowl,
Set not from back thy jar, from hand thy glass!

Hôm Nay

Đời chẳng cho ngươi chút nhịn nhường,
Nhớ chi Trời - Phật, chín - mười phương?
Hôm qua? Đã hết. Mai? Chưa đến.
Đừng rảnh hơi lo chuyện vệ đường!

Bài 674

Since Heaven's wheel never to thy wish hath run,
Would'st thou eight Heavens or would'st thou
                              seven count on?
There are two days that never trouble me,
The day to come and that already done.

Đáng Giá

Gai đâm - cũng đáng nụ hồng thơm.
Đầu nhức - xin bù hớp rượu ngon.
Cô bé bao nhiêu người ngưỡng mộ -
Đợi nàng, đâu hạnh phúc nào hơn.

Bài 679

The rose' sweet scent a thorn-prick's worth, 't is true;
If wine you drink, a headache 't is worth, too.
The loved one who delights a thousand souls,
Is worth awaiting, give her but her due.

Di Chúc

Xin nhớ giùm tôi, phút cuối cùng
Điếu văn đừng vẽ chuyện mông lung
Mộ bia có lập xin dùng rượu
Thay nước, rồi nhào nặn, nắn, nung

Bài 750

In death's hour when my case the Fates array,
No idle words at my bed let them say.
When men set at my grave a tile, be sure
That they with wine (not water) shape its clay

Thay Lời Kết

Qua suốt 90 bài thơ trên, hy vọng đã không làm quý bạn đọc thất vọng quá nhiều. Đã dõi theo cuộc hành trình vào thế giới thi ca Khayyám đến tận đây, chắc quý bạn đọc cũng đã nhận thấy một cách khái quát rằng nhân sinh quan và vũ trụ quan trong Hồi Thi Tứ Tuyệt có thể tóm tắt như sau:

Cuộc sống của chúng ta rất là phù du, thời gian lướt qua nhanh như tên bay, nhưng hầu như mọi việc đều đã được an bài, kể cả trăng sao trời đất cũng đều phải bất lực tuân theo sự xoay vần của vũ trụ. Ở đời, chỉ còn ăn uống no say, ca hát vui chơi, yêu đương thỏa thích là những điều chúng ta có thể làm, nên làm, và phải làm ngay không do dự, vì chẳng ai có thể biết rằng mình sẽ còn sống đến bao giờ. Những bằng chứng của cái chết nhan nhản xung quanh ta, luôn nhắc nhở chúng ta là rồi sẽ trở thành cát bụi, dần dà bị đào lên, nhào, nắn, nung thành bình sứ, chén sành, nồi đất, trong khi những hứa hẹn về một thế giới bên kia thực chất chỉ là những mơ mộng hão huyền.

Khi đặt tập sách này xuống, tin rằng quý bạn đọc sẽ nở nụ cười và tự rót mình một ly rượu ngon, mở lên một bản nhạc hay, thả rơi cho tâm hồn lãng đãng mà cảm thông với nỗi lòng của người xưa...

Mai sẽ vùi thây xuống đất đen
Vàng chôn còn có lúc đào lên
Mình thân cát bụi, mong gì chứ?
Rót nữa đi em, uống, uống liền.

Chú Thích

[1] Trích thơ Vũ Hoàng Chương - 1961: Tâm Tình Người Đẹp (Les Vingt Huit Étoiles). Nguyên Khang xuất bản tại Sài Gòn, Việt Nam.

[2] Xem thêm bài ở trang 14, cùng trang 41 bài 98, trang 55 bài 234, và trang 57 bài 12

[3] Carcase là lối viết của người Anh. Người Mỹ viết "carcass".

[4] Sáu câu tức sáu câu vọng cổ, bán chỉ sáu câu - quá rẻ - diễn ý "sell for a song"

[5] Theo truyền thuyết Thiên Chúa Giáo, lịch sử loài người kéo dài tất cả 7000 năm.

www.ingramcontent.com/pod-product-compliance
Lightning Source LLC
Chambersburg PA
CBHW031638160426
43196CB00006B/461